அவளை மொழிபெயர்த்தல்

ஆசிரியரின் பிற நூல்கள்

- கைப்பற்றி என் கனவுகேள் (2002)
- இரவு மிருகம் (2004)
- தீண்டப்படாத முத்தம் (2010)
- காமத்திப்பூ (2012)
- இப்படிக்கு ஏவாள் (2016)
- நீர் வளர் ஆம்பல் (2022)
- சுகிர்தராணி கவிதைகள் 1996–2016 (2022)

அவளை மொழிபெயர்த்தல்

சுகிர்தராணி (1973)

இராணிப்பேட்டை மாவட்டம் இலாலாப்பேட்டை அரசினர் மேல்நிலைப் பள்ளியில் தமிழாசிரியராகப் பணிபுரிகிறார்.

மின்னஞ்சல்: sukiertharani@yahoo.co.in

● அன்பார்ந்த வாசகருக்கு,

வணக்கம்.

காலச்சுவடு நூலை வாங்கியமைக்கு நன்றி.

நூலின் உள்ளடக்கம், உருவாக்கம், அட்டைப்படம் இன்ன பிற அம்சங்கள் பற்றிய உங்கள் கருத்துகளையும் ஆலோசனைகளையும் காலச்சுவடு வரவேற்கிறது. தகவல், எழுத்து, வாக்கியப் பிழைகள் தென்பட்டால் அவசியம் தெரிவித்து உதவுங்கள். நூல் தயாரிப்பில் கடும் குறைபாடு இருப்பின் மாற்றுப் பிரதி உங்களுக்குக் கிடைக்கக் காலச்சுவடு ஏற்பாடு செய்யும்.

மின்னஞ்சல்: **publisher@kalachuvadu.com**

காலச்சுவடு நாகர்கோவில் அலுவலகத்திற்குக் கடிதம் அனுப்பலாம்.

தங்கள்
எஸ்.ஆர். சுந்தரம் (கண்ணன்)
பதிப்பாளர் — நிர்வாக இயக்குநர்

Unauthorised use of the contents of this published book, whether in e-book or hardcopy format, for any type of Artificial Intelligence (AI) training — including but not limited to Machine Learning, Deep Learning, Natural Language Processing, Computer Vision, Chatbot Training, Image Recognition Systems, Recommendation Engines, and Language Models — is strictly prohibited without prior licensing from the publisher. Any such unauthorised use may result in legal action.

சுகிர்தராணி

அவளை மொழிபெயர்த்தல்

காலச்சுவடு பதிப்பகம்

அவளை மொழிபெயர்த்தல் ♦ கவிதைகள் ♦ ஆசிரியர்: சுகிர்தராணி ♦ © சுகிர்தராணி ♦ முதல் பதிப்பு: டிசம்பர் 2006, ஒன்பதாம் பதிப்பு: டிசம்பர் 2025 ♦ வெளியீடு: காலச்சுவடு பப்ளிகேஷன்ஸ் (பி) லிட்., 669 கே. பி. சாலை, நாகர்கோவில் 629001

avaLai mozipeyarttal ♦Poems ♦Author: Sukirtharani ♦ © Sukirtharani ♦ Language: Tamil ♦ First Edition: December 2006, Ninth Edition: December 2025 ♦ Size: Demy 1x 8 ♦ Paper: 18.6 kg maplitho ♦ Pages: 64

Published by Kalachuvadu Publications Pvt.Ltd., 669 K.P. Road, Nagercoil 629001, India ♦ Phone: 91-4652-278525 ♦ e-mail:publications @kalachuvadu.com ♦ Printed at Adyar Students xerox Pvt. Ltd., No. 275 Habibullah Road, Triplicane high Road, Opp Triplicane Post Office, Triplicane, Chennai 600005

ISBN: 978-81-89359-68-3

12/2025/S.No.190, kcp 6163, 18.6 (9) 1k

என் எழுத்துகளால்
தரிசிக்கவே முடியாத
என் அம்மாவுக்கு

நன்றி

காலச்சுவடு, குமுதம், தீராநதி, பனிக்குடம், அணங்கு, புது எழுத்து, ஊடறு, புதிய காற்று, அரசு ஊழியன், எழு, புதிய பார்வை, ஆனந்த விகடன்

பொருளடக்கம்

அம்மா	13
தெருஓவியனும் புத்தனும்	14
கடலளவு	15
ஆத்ம தோழி	16
உப்பின் சுவையூறிய காதல்	17
ஊழிப் புன்னகை	18
பெரும்பாம்பு	19
புகையும் சாம்பல்	20
என் கிராமத்தின் ஓவியம்	21
மனிதம்	22
செந்நிறம்	23
ஆயுதம்	24
இரவுகளைப் புணர்தல்	25
மீட்சி	26
தீராஉயிர்	27
உடலெழுத்து	28
செந்நாரை முட்டைகள்	29
உருமாற்றம்	30
கூடடைதல்	31

ஆடுகளை விற்றவன்	32
கரை ஒதுங்கும் சிறுதாவரம்	33
அவளை மொழிபெயர்த்தல்	34
கைம்மாறு	35
ஏழுகடலும் ஒரு மலட்டுக்குறியும்	36
தாய்மை	37
சாத்தானின் நிறம்	38
அடுத்த உலகத்தின் முதலுயிர்	39
கரித்துண்டுகள்	40
பாலாறு	41
பட்டையுரிந்த காதல்	42
பெரும்பான்மையான இரவுகள் விடிவதில்லை	43
உயிரூட்டுதல்	44
முற்றுப்பெறா நாவலின் ஒற்றைநாயகி	45
என் கடவுள்	46
போரின் குறுவாள்	47
அப்பாவின் கல்லறை	48
ஆகச் சிறந்த புணர்வு	49
பாலிதீன் உறைகளில் விற்கப்படும் ஸ்தல விருட்சம்	50
பதினான்கு அம்புகள்	51
ஒற்றைச் சாட்சி	52
ஒளியின் வேகத்தில் பயணிக்கும் இரவு	53
வறுமையின் நிறம்	54
தனிமை	55
நானற்ற கூண்டு	56

கட்டிலின் கீழ் சில ஆப்பிள்கள்	57
இரண்டாம் முறை உயிர்த்தெழுதல்	58
தாழிடப்படாத நாட்குறிப்பு	59
வேட்டைக்காரி	60
சுரங்கத்தின் பொறி	61
இன்றைய பகல்பொழுது என்னுடையது	62

அம்மா

உயிர்மை ததும்பும் என் குரலால்
உன்னை அழைக்கின்றேன்
கொய்தமலரைப் போல் மகிழ்ந்திருந்த
உன் கன்னங்கள் சுருக்கமுற
பாதுகாக்கப்பட்ட வனத்தின் இசையாய்
மௌனம் காக்கிறாய்
இரத்தப் பிசுபிசுப்போடு துடித்து விழுந்த
என் முதல் கவிதையை
உன் காலடியில் இடுகின்றேன்
வெடிப்புற்றுக் குருதி வழியும்
உன் பாதங்களை உலர்ந்த
என் மயிரால் துடைத்த பின்னும்
உள்ளிழுத்துக் கொள்கிறாய்
எனக்குத் தெரியும்
நான் நசுக்கிப் போட்ட
உள்ளார்ந்த உன் கனவுகளை
நீ தேநீர் தயாரிப்பதும்
பதார்த்தங்களை ருசிபார்ப்பதும் போல
எழுதுவதும் வேலையாயிருக்கிறது
உடலில் ஒட்டிய மகரந்தங்களைத்
தட்டிவிட்டுப் போகும் யதார்த்தத்தோடு
மலைகள் சூழ்ந்த கிராமத்தையும்
உன்னையும் விட்டுப் போகிறேன்
எங்கோ உன் சாயலான பறவை
பெருங் குரலெடுத்து அழுகிறது.

*

தெருஓவியனும் புத்தனும்

கரும் திராட்சைப் பழங்கள்
போலிருக்கும் அவன் கண்களில்
இரசவாதத்தின் சூட்சுமங்கள் ஒளிர
அழுக்கடைந்த அவ்விடத்தைத்
தேர்ந்தெடுக்கிறான்
வாயின் காற்றினால்
குவிந்த பெருந்தூசுகளை ஊதி
வரைவதற்கு வாகாய்க் கட்டமிடுகிறான்
காகிதங்களைக் கொளுத்திய கரியில்
ஓவியம் ஒன்று உயிர் பெறுகிறது
பருவக் காற்றுகள் சுழன்றடிக்க
கனத்த மழை பொழிகிறது
பறவைகள் ஒடுங்குகின்றன
குளிரின் கனம் தாங்காது
கருத்த மேகம் தரையிறங்குகிறது
மழையில் நனைந்த மடந்தை ஒருத்தி
உடலொட்டிய ஆடையுடன்
மரத்தினடியில் ஒதுங்குகிறாள்
சலனமற்று அமர்ந்திருக்கிறான் புத்தன்
வரைந்து முடித்தவன்
நாணயங்கள் வீசப்பட்ட அவ்விடத்தை
இன்னொரு புத்தனாகிக் கடந்து போகிறான்.

*

கடலளவு

இருள் குடித்த புறநகர் ஒன்றின்
கடைசி இரயில் நிறுத்தத்தில்
காத்துக் கொண்டிருக்கிறேன்
அதிவிரைவு வண்டிகள்
என்னைக்
கடந்த வண்ணமிருக்கின்றன
அவற்றிலிருந்து கிழிந்த வெளிச்சமும்
கெட்டித்துப் போன இருட்டும்
புலியின் வரிகளாய்
என்மீது படிந்து நகர்கின்றன
முந்தைய நிறுத்தத்திலிருந்து
கடத்தி வரப்பட்ட காற்று
என் மேலாடையை
அலைக்கழித்தபடி செல்கிறது
நான் நிற்பதன் பிரக்ஞையற்று
எதிரும் புதிருமாய்
இயங்குகின்றன பல வண்டிகள்
போதையில் சிக்கிய கண்ணாடி வண்டென
அகப்படாமல்
பறந்து செல்கிறது பச்சையொளி
இரயிலை நிறுத்தும் வழியறியாது
கல்லிருக்கையில் அமர்ந்து கண்மூடுகிறேன்
காலடியில் உறைந்து கிடக்கிறது
கடலளவு இரத்தம்.

*

ஆத்ம தோழி

புரவியின் மினுமினுப்போடு
என்னை முத்தமிட்டு எழுப்புவாள்
குளிப்பாட்டி என்னுடல் முழுக்க
அலங்காரப் பூச்சிடுவாள்
எங்கிருந்து வருகிறாள்
எங்குபோகிறாள் தெரியவில்லை
அவள்தான் மலைகளுக்கப்பால்
என்னுயிரை வைத்திருக்கிறாளாம்
அப்பள்ளத்தாக்குகளின் முரட்டுச்சுவர்களில்
பட்டுத் திரும்பும் குரல்
என்னுடையதாம்
மலைப்பயணம் குறித்தான ஆவலை
வெளியிடும் போதெல்லாம்
ஆற்றங்கரை மண்மேடுகளையும்
கிளைகளில் தொங்கும் காற்றையும்
சொல்லித் திசை திருப்புவாள்
காலடியில் நழுவும் குழிகளும்
கெட்டித்துப் போன சொற்களும்
என் கேவலை அதிகரிக்கின்றன
தடித்தயென் துக்கம் தாளாது
தொலைவிலிருக்கும் மலைப்பாதையை
அடையாளம் காட்டுகிறாள்
ஒருவேளை
நீங்களிதைப் படித்து முடிக்கும்போது
என்னை நான் அடைந்திருக்கலாம்.

*

உப்பின் சுவையூறிய காதல்

தயக்கத்தின் முட்டைகள்மீது
அமர்ந்திருக்கிறது நம்காதல்
எங்கோ ஓரிடத்தில்
மென்மையின் நரம்புகள் பூட்டப்பட்ட யாழை
நீ மீட்டிக் கொண்டிருக்கலாம்
என் வருத்தங்கள் யாவும்
கால்நனையாமல் நீ உலவும்
கடற்கரைப் பொழுதுகள் குறித்துதான்
உயரத்தில் பூக்கும்
கள்ளிப்பூக்களை உனக்குக் காட்டியிருக்கிறேன்
கடலில் குதித்துக் கரையேறும் சிறுபுயலை
உள்நின்று அறிமுகப்படுத்தியிருக்கிறேன்
காமம் துளிர்விடும் சாயுங்காலம்
சருகுகள் பூத்துக்கிடக்கும் சாலைகளை
நத்தையின் கால்கொண்டு கடந்திருக்கிறோம்
கொடூரமாய்ப் பறக்கவிடப்பட்ட என்னுடலை
சொல்லின் கனத்த நங்கூரத்தால்
பிணைத்தபோதெல்லாம்
நீயும் உடனிருந்தாய்
பசியின் பழச்சாற்றினை நீ அருந்துகையில்
புத்தகங்களைப் பரிசளித்திருக்கிறேன்
இப்போதும் நீ பற்றியிருக்கும்
பிரியத்தின் கோப்பைகளில் மிதக்கின்றன
என் கவிதைத் துண்டங்கள்
வேறு எப்படிச் சொல்லச் சொல்கிறாய்
உப்புக் கரிக்கும் என் காதலை.

*

ஊழிப் புன்னகை

இதழ்சிதையாச் செங்கழுநீர் மாலை
மார்பிலே தவழ்ந்திருக்க
வெண்ணிறமான அகில்புகை
கூந்தலிலிருந்து மேலெழும்புகிறது
கரும்பும் வல்லியும் வரையப்பட்ட
அகன்ற தோள்கள்
சந்தனப் பூச்சினால் பளபளக்கின்றன
உயர்ந்த இளங் கொங்கையின்மேல்
மெல்லிய பற்தடங்கள் அமிழ்கின்றன
பொற்கலத்தின் வெண்சாதத்தைப்
பிசைந்து அவள் ஊட்டுகிறாள்
மெருகேறிய கரும்பாறை முற்றத்தில்
குழந்தைகளிரண்டு விளையாடுகின்றன
தூரத்தில்
காமம் தீர்ந்த ஒருவன்
வனப்பழிந்து வந்துகொண்டிருக்கிறான்
நெருங்கியவன்
சவுக்குப் படலில் கையூன்றி
கண்களால் துழாவ
சிலம்புகள் ஏதுமற்ற அவள்கால்கள்
அவனைப் பரிகசிக்கின்றன
இரட்டைமுலைகள் அதிர
அவள் இதழ்களில் தெறிக்கிறது
ஊழிப் புன்னகை.

*

பெரும்பாம்பு

கூடலின் பிந்தைய அமைதியை
துடைத்தெறிந்து ஒலிக்கிறது தொலைபேசி
விரல்களால்பற்றிக் காதோடு இழைக்கிறேன்
அதன் துளைகள் வழியே
பீறிடுகின்றன எண்ணற்ற பாம்புகள்
நொடிப்பொழுதில் சட்டைகளை உரித்து
கண்ணியொன்றைப் பின்னுகின்றன
பிளவுபட்ட நாக்குகளால்
உறுப்புகளைத் துழாவி ருசிக்கின்றன
என்னுடலெங்கும்
பிசுபிசுப்பான செதில்தடங்கள் பரவ
முட்டையிடவும் குட்டியீனவும்
இடம்தேடித் திரிகின்றன
கலவியுறாத செழித்த பாம்புகள்
என் கருத்த தசைகளின் மேல்
பற்களை அழுத்துகின்றன
விஷத்தில் குளித்த எழுத்துக்கள்
நீலம்பூத்த என் தோலிலிருந்து
நுரைத்துப் பொங்க
எல்லாப் பாம்புகளையும் விழுங்குகின்றேன்
நானே பெரும்பாம்பாகி.

*

புகையும் சாம்பல்

பனைகள் நிரம்பிய முரட்டுவெளியில்
பூஉதிர பிஞ்சு உதிர
ஒலித்தடங்குகிறது குரல்
புதுமொந்தையின் நிறச்சோறு தீர
துக்கத்தைக் கடந்தவன் போல்
விறைத்த சடலத்திற்குத் தீயிடுகிறான்
நெருப்பின்காமம் தோலாடையை உரிக்க
வெண்தசைகள் பளிச்சிடுகின்றன
சூட்டின் வலிமை நரம்புகளைச் சுண்ட
உறுப்புகளை உயர்த்துகிறது சுட்ட உருவம்
நீண்ட கோலினால் தட்டுகிறான்
முகத்தில் தெறிக்கின்றன நெருப்புத்துளிகள்
சிதையின் பக்கங்களைக்
குத்திக் கிளறுகிறான்
வண்டல்நிறத்தில் உருகுகிறது உடல்நெய்
ஆகாயக் கழுகின் வட்டமிடல் போல்
இராமுழுவதும் சுற்றிச் சுழல்கிறான்
மதுவின் கிறுகிறுப்பும் காற்றின் நெடியும்
அவனைக் கீழே தள்ளுகின்றன
ஆறடி நீளத்திற்குப்
புகைந்துகொண்டிருக்கிறது சாம்பல்.

*

சுகிர்தராணி

என் கிராமத்தின் ஓவியம்

பெரும்பாறைக் குன்றுகள் சூழ்ந்த
என் வெப்பமுற்ற நிலங்கள்
புவியதிர்ச்சியின் வெடிப்பினைப் போல
பிளவுற்றிருப்பதை எப்படிச் சகிப்பேன்
உளுந்துச் செடிகள் கைகளில் சிராய்க்க
புல்லறுத்துக் கட்டிய சுமைகளுக்கு
கூப்பிய இருகை ஏந்தி
கூலியாய்க் குடித்த பழங்கஞ்சியின்
அடர்ந்த கந்தகச் சுவை
நாளமறுந்த சுரப்பினைப் போல்
உடலெங்கும் பரவிக் கிடக்கிறது
பழகிய விலங்குகள் இறந்துபோகையில்
சுமந்து சென்று புதைத்துப்போட
வீசிய ஒருபடி நெல்லும் பதராகி
பட்டினியால் புரண்டதும் நினைவிலாடுகிறது
எட்டாத தொலைவில் நின்று
பனையோலைகளில் தேநீர் அருந்துகையில்
உதட்டிலிருந்து வழியும் சாதியின் வலி
காலணிகளற்ற பாதங்களை நனைக்க
என் கிராமத்தின் ஓவியம்
தன்னைச் சட்டமிட்டுக்கொள்கிறது
ஒருபோதும் உறங்காத ரெட்டை வாழிடத்தில்.

*

மனிதம்

கரையில்
சிந்தியவற்றை
அள்ளிச் சென்று
நதியில்
விடுகிறேன்
நீந்தி
மறைகின்றன
கூழாங்கற்கள்.

*

செந்நிறம்

முற்றாத கர்ப்பத்தின்
உதிர்ந்த குழந்தையைப் போல்
அமைதியுற்றிருந்தது அத்தேர்வறை
கால்களின் வலி தரையில் பரவ
இருக்கைகளின் இடைவெளியூடே
உலவிக்கொண்டிருந்தேன்
தாள்களைப் புரட்டும் ஒலியும்
எழுத்துக்களின் சரசரப்பும்
என்னுடனே நடந்து வந்தன
அவ்வேளை
எழுதுவதை அவள் நிறுத்தியிருந்தாள்
கோடைகாலத்தின் வெப்ப அலையைப்போல்
பூச்சுகளற்ற அவள் தேகம்
நடுக்கமுறத் தொடங்கியிருந்தது
அவள் கையிலிருந்து தொங்கிய விடைகளில்
நீலம் கசிந்துகொண்டிருந்தது
கண்திறவாத குட்டிகளாய்
அவள் பாதங்கள் ஒடுங்கியிருந்தன
அவள் கண்களின் குளிர்மை
ஒருதுளி தீக்காய் அலைய
நூல்களால் இழைக்கப்பட்ட என்
கைக்குட்டையை நீட்டினேன்
அவசரமாய் அவள் வெளியேற
அனைவரின் தாள்களும்
செந்நிறமாய் மாறத் தொடங்கின.

*

ஆயுதம்

சமன் செய்யப்படாத களத்தில்
புரவிகளோடு வந்திறங்குகிறாய்
முலாம் பூசப்பட்ட கவசங்கள்
உன்தேகத்தை மறைத்திருக்கின்றன
குளம்பொலிகளும் அடர்ந்த புழுதியும்
உன் பின்னணியைப் பலமூட்டுகின்றன
போருடை அணிந்தவன்
லிகிதம் ஒன்றை வாசிக்கிறான்
உன் நாடுகளில்
வெட்சிப்பூக்கள் மலிந்திருப்பதை
என் பாறைநிலங்களில்
கரம்புகள் மிகுந்திருப்பதை
கண்கொண்டு பார்க்கிறாய்
என் வெறுங்கைகளையும்
வீரர்கள் யாருமற்ற பின்புறத்தையும்
வியூகம் உன்னைக் குழப்ப
எக்காளத்துடன்
தொடங்குகிறது போர்
பரிவாரத்துடன் நீயும் தனித்த நானும்
முன்னோக்கி நடக்கிறோம்
பளபளக்கும் உறைவாளைத் தவிர்த்து
குறுவாளை என்மீது வீசுகிறாய்
பட்டுத் தெறிக்கிறது இரண்டாக
நான் சதையாலான ஆயுதம்.

*

இரவுகளைப் புணர்தல்

இரவுகளைப் புணர்ந்து திரியும்
கள்ளத்தனமான விலங்கினைப் போல
மிகவும் மோசமானவளாக அறியப்படுகிறேன்
இரண்டாகக் கிழிதலுற்ற என்முகம்
சலனமடங்கிய யுத்தகளத்தின்
கந்தலாடையாய் நசிந்திருக்கிறது
பருவநாணில் பூட்டப்பட்ட என்குரல்
ரணங்களை மென்று விழுங்கிய
துயரத்தின் ஒலியோடு பயணிக்கிறது
காம்பிலிருந்து விடுபட்டு
வெடித்துச் சிதறும் துரியன்பழங்களென
நாற்றமெடுக்கின்றன வார்த்தைகள்
எரிமலையின் நெருப்புக்குழம்பு
இறுகிக் கிடக்கும் கோரவடுவாய்
குவிந்திருக்கிறது என்தேகம்
வழக்கொழிந்த வரைபடத்தில்
உறைந்த இரத்தத்தின் மீது
படிந்திருக்கிறது என் இருப்பிடம்
வெயில்வீசும் செங்குத்தான மலைச்சரிவில்
உன்னோடு பகிரவென்றே
செதுக்கப்பட்டிருக்கிறது
என் கற்படுக்கை என்றாலுங்கூட
வளர்ந்து கொண்டுதானிருக்கின்றன
என்யோனி மயிர்கள்.

*

மீட்சி

வாகனங்கள் விரையும் சாலைகளில்
பெருத்த வயிற்றுடன் திரிவாள்
நிர்வாண ஆடையின் குறுகுறுப்பு
அவளுள் கிளர்ந்ததில்லை
ஓடும் கழிவுநீரின் ஏடழித்து
நதியின் சுவையொடு பருகுவாள்
நிறம் தப்பிய கூந்தலில்
மலரின் உலர் இதழ்கள் மின்னும்
அவள் இருக்குமிடங்களில்
பாலிதீன் உறைகளின் கசங்கலோசை
தேங்கி நிற்கும்
சமயங்களில்
தொங்கிய முலைகளின் முனைகிள்ளி
விஷமெடுத்துக்கொண்டிருப்பாள்
மீந்த பருக்கைகளைத் தரையில் தேய்த்தபடி
ஓயாமல் பேசுமவள் சொற்களின் கோவை
இசைப் பாடலொன்றை நினைவூட்டும்
இரவுகளில் புழக்கமற்ற கட்டடத்தின்
இடிந்த சுவரோரம் உறங்கிப் போவாள்
விடிந்ததும் கிழிந்த யோனியோடு
மீண்டுவரும் அவள் கைகளில்
எண்ணற்ற விரைப்பைகள்.

*

தீராஉயிர்

ஒலியற்ற ஓசைகளால் நிரம்பியிருந்தது
அவ்வறை
பெருமழையின் ஈரத்தில் சரிந்துருண்ட
ஒரு மலைப்பாறையைப் போல்
உயர்த்தப்பட்ட கட்டிலில் அமர்ந்திருந்தார்
உயிரோடு பிணைந்திருந்த அவரது உடல்
பூப்பொதியினும் மென்மையுற்றிருந்தது
அடித்தோலின் சுரப்பிகளெல்லாம்
பொன்னிறமாய் மேலே திரண்டிருந்தன
மேனியில் படிந்திருந்த வெள்ளாடை
அறையின் பிரகாசத்தைக் கூட்டியபடி
என் விழித்திரையை வியப்பிலாழ்த்தியது
பழுப்புநிற நதியில் நீந்திக்கொண்டிருந்த
அவரது கண்கள்
முப்பரிமாணக் காட்சிகளில் தப்பியிருந்தன
நோயுற்றிருந்த சுவாசம்
ஆழமற்ற கடலின் அலைபோல்
மார்பின்மீது அசைந்துகொண்டிருந்தது
தீர்ந்த காற்றினை அவர் தேடுகையில்
என் ஞாபகப்பால் சுரந்து
கட்டிலின் கால்களை நனைக்க ஆரம்பித்தது
கொடூரவிலங்கின் குளம்பொலி நெருங்கிவர
என்னுயிரையெல்லாம் திரட்டிப்
பரிசாக நீட்டினேன்
அவரும் அவருடையதை நீட்டியிருந்தார்
அப்பாவின் உயிரோடு வாழ்வது
கடினமாயிருக்கிறது.

*

உடலெழுத்து

வெறுங்கால்களால் கடக்க முடியாத
வெப்ப நாளின் முன்னிரவில்
மதுவருந்த அழைக்கப்பட்டிருந்தேன்
மூவருக்கான அவ்வீட்டில்
நானும் அவளுமே தனித்திருந்தோம்
கண்ணாடியில் செதுக்கப்பட்ட குப்பிகளில்
நொதித்த திரவம் நிரம்பியிருந்தது
குழல் நீண்ட மதுக் கோப்பைகள்
பற்றப்பட வாகாய்க் காத்திருந்தன
பனித்துண்டங்கள் மிதக்கும் நீரை
மிடறுகளாக விழுங்க ஆரம்பித்தோம்
போதையின் ஒளி
பரவத் தொடங்கிய போது
வேற்றறையின் படுக்கையிலிருந்தேன்
குவிந்த என் மார்பின் மென்மைபற்றி
வெகுநேரம் வினாவெழுப்பிக்கொண்டிருந்த
அவளுடைய தேகமும்
மிகக் குழைவாக இருந்தது
பிறகவள் மூச்சின் வெளிச்சத்தில்
உடலெழுத்துகள் ஒவ்வொன்றையும்
விடியும் வரை பழகிக்கொண்டிருந்தாள்
நீண்ட யுகங்களுக்குப் பிறகு
அன்றுதான்
என்னுடல் என்னிடமிருந்தது.

*

செந்நாரை முட்டைகள்

வெயில் தனது ஆயிரம் நாவுகளில்
வறட்டு நீரை உமிழ்ந்தபடி
வானத்தின் தெருக்களில் அலைகிறது
நெருப்பின் ஓய்வறை தேசத்திலிருந்து
அலகினால் காற்றைக் குடித்தபடி
இடம் பெயர்கின்றது
கால் நீண்ட ஒரு செந்நாரை
துக்கத்தின் விளிம்பில் காலிடறும்போது
ஏந்திக்கொண்ட அன்பின் நதியில்
மல்லாந்து மூழ்கிக் களிக்கிறது
உடைப்பெடுத்த பருவத்தின் சுரப்பு
இறகுகள் வழியே பீறிட
கூச்செறிந்த நீர் உடலின்
வளைந்த கிளைகளில்
குதித்தோடிச் சப்தமெழுப்புகிறது
குறுக்கும் நெடுக்குமாய் உழுத
வயலின் செம்மையைப் போல்
தனது இணையைப் புணர்கிறது
நினைவுகள் பின்னிய காட்டில்
சிவந்த மலையின்
பறித்த கிழங்குகளென மின்னுகின்றன
இடப்பட்ட செந்நாரை முட்டைகள்
அம்முட்டைகளி லிரண்டு
என் முலைகளாகிக் கிடக்கின்றன.

*

உருமாற்றம்

கசட்டுநீரைப் பருகிவிட்டு
நடந்துகொண்டிருக்கிறேன்
இனங் காணப்பட்ட நிலங்களெல்லாம்
வெப்பப் பாலையாய்
வெம்மையுற்றிருக்கின்றன
பசலை நீங்கிய யுவதியைப் போல்
மதர்ப்படங்கி நிற்கின்றன மரங்கள்
வெள்ளொளிக்குள் உறைந்திருக்கும் ஊதா
வானெங்கும் வியாபித்திருக்கிறது
ஒருதுளி நிழலுக்காய்
கருத்த என்தேகம் ஏங்குகையில்
முகத்தில் மோதிச் சரிகிறது
வயிறு பெருத்த பட்டாம் பூச்சியொன்று
அதன் உடல்தடத்தைத்
தொட்டுப் பார்க்கிறேன்
உடலெங்கும் கொட்டுகின்றன
காமத்தினும் மெல்லிய நிறத்துகள்கள்
என்னிலிருந்து இறக்கைகள் வெளிப்பட
லீலிகள் பூத்திருக்கும்
பள்ளத்தாக்குகளின் மேல் பறக்கிறேன்
வெகுகீழே மிருகமொன்றை
வேட்டையாடிக்கொண்டிருக்கிறது
என்தோல் போர்த்திய பட்டாம் பூச்சி.

*

சுகிர்தராணி

கூடடைதல்

கட்டுறாத மார்பினைப் போல்
விறைத்திருக்கும் மலையின் கோட்டையில்
என்னை நீராட்டுகிறார்கள்
உலர்ந்த கூந்தலுக்குத் தைலமிட்டு
கற்பதித்த அணிகளை
உடலெங்கும் போர்த்துகிறார்கள்
அகிலின்புகை பரவிநிற்கும் மண்டபத்தில்
ஊஞ்சலாடுகிறதென் தேகம்
காந்தள் மலர்கள் நெருப்பாய்க் குவிந்திருக்கும்
சுனையின் கரைகளில்
சேடிகளோடு நடக்கிறேன்
ஈட்டிகள் ஏந்திய வெற்பர்கள்
கண்ணசைவுக்காய்க் காத்திருக்கிறார்கள்
நீலப்பூ மலர்ந்திருக்கும் வானத்தில்
மஞ்ஞைகள் தலையுரசிப் பறந்து செல்கின்றன
தீவட்டிகள் உறங்கும் யாமம்
திரைச்சீலைகளற்ற அந்தப்புரத்தில்
விழுப்புண் மார்புடையவன்
மெலிதாக என்னைப் புணர்கின்றான்
களைப்பின் நீர் வடிந்ததும்
பழகிய முரட்டுப் புரவியிலேறிச்
சீராகத் தரையிறங்கிச் செல்கின்றான்
மேன்மாடத்துக் கூடடைகிறது நிலா.

*

ஆடுகளை விற்றவன்

தையலின் தழும்புகளற்ற
கதகதப்பான ஆடையணிந்தவன்
செம்மறிகளை மேய்த்துச் செல்கிறான்
நீண்ட கோலின் தாளத்திற்கேற்ப
துரவுகள் நிறைந்த மேய்ச்சல் நிலத்தில்
அலைந்து திரிகின்றன ஆடுகள்
மழைக்காலத்துப் புறாக்களைப்
போலிருக்கும் அவை
சூரியன் உதிரும் தருணத்தில்
மாப்பிசையும் தொட்டியில் நீர்பருகி
சரிவிலிறங்கித் தொலைகின்றன
பற்கள் சரிபார்க்கப்பட்ட எஞ்சியவை
கயிறுகளுடன் கைமாறி
கிடைகளில் அடைக்கப்பட
கின்னர இசையில் மயக்கமுறுகின்றன
இரட்சிக்கப்பட்ட அவற்றின்
போஷாக்கான ரோமங்கள்
வேர்க்கால்களோடு மழிக்கப்பட்டு
வெள்ளிக் காசுகளுக்கு விற்கப்படுகின்றன
தூரத்தில் நடப்பட்ட சிலுவைமரத்தில்
மறுமுறை தொங்குகின்றான்
ஆடுகளை விற்றவன்.

*

கரை ஒதுங்கும் சிறுதாவரம்

நீ நிரம்பி வழியும் கடலின்
கரையொதுங்கிய சிறு தாவரமாய்
அலைவுறுகின்றேன்
ஓராயிரம் ஓங்கரிப்புகளுடைய
உன் அன்பின் அடிவாரத்தில்
காலூன்றிக் களித்திருந்த நாட்களில்
நீ கரைந்த உன்னில்
பருவம் பருவமாய் மூழ்கி
காதலின் முத்துகளைச் சேமிக்கிறேன்
குளிரும் சுழலும் உள்குமைந்து
உன்னை உருமாற்றிய கணத்திலும்
அலை இதழ்களால் என்னை
முத்தமிட்டுச் சென்றிருக்கிறாய்
உன்னையும்
நுரைத்துப் பொங்கும் காதலையும்
இழத்தல் என்பது
ஒப்பீடுகளற்றது என்னும் தருணத்தில்
காலத்தின் நங்கூரம்
என் வேர்களைப் பறிக்கிறது
உன்னிலிருந்து கிளம்பி
உன்னிலேயே பயணித்து
உன் கரையிலேயே ஒதுங்கிய
என் காதலின் பெருவாழ்வு
இன்னொரு முறை வாய்க்கட்டும்.

*

அவளை மொழிபெயர்த்தல்

சுருட்டிய காகிதமென
வெளிச்சம் வீசப்பட்ட படுக்கையறையில்
உறக்கம் கலைகிறார்கள்
இசைக் குறிப்புகளற்ற
பாடலைக் கேட்டு
சிறுபறையைக் கையிலேந்தி
தாளமிட்டவாறு
மெலிந்த பின்புறங்கள் அசைய
அவள் கடந்து போகிறாள்
பிறந்த குழந்தையின் பிறப்புறுப்பை
எட்டிப் பார்க்கும் ஆவலுடன்
என்னிடம் வினவுகிறார்கள்
அப்பாடலின் பொருள் வேண்டி
பசியை உண்டு
பசியைக் கழிக்கும் வறுமையையும்
தீண்டாத காற்றால்
தெளிக்கப்பட்ட அவள் இருப்பிடத்தையும்
ஒடுக்கப்பட்ட அவள் இனத்தையும்
மொழிபெயர்த்துச் சொன்னபோது
நான் அவளாகி இருந்தேன்.

*

சுகிர்தராணி

கைம்மாறு

தோலினால் அடி தைக்கப்பட்ட
கூடையுடன் அவள் கிளம்புகிறாள்
முனை மழுங்கிய இரும்புத் தகடும்
சேகரிக்கப்பட்ட சாம்பலும்
அவள் கைகளில் கனக்கின்றன
மனித நெரிசலில் திணறும்
வீடொன்றின் பின்புறம் வந்துநிற்கிறாள்
பார்வையில் படுகிறது
ஆணியில் சுழலும் சதுரத்தகடு
ஒற்றைக் கையால் அதை உயர்த்தியபடி
சாம்பலையள்ளி உள்ளே வீசுகிறாள்
பின்
துளையின் முரட்டுப் பக்கங்களில்
முழங்கை சிராய்க்க
இடவலமாய்க் கூட்டிக் கூட்டி
கூடையில் சரிக்கிறாள்
நிரம்பிய கூடை தலையில் கனக்க
நெற்றியில் வழியும் மஞ்சள்நீரை
புறங்கையால் வழித்தபடி
வெகுஇயல்பாய்க் கடந்து போகிறாள்
அவளுக்காக என்னால் முடிந்தது
ஒருவேளை மலம் கழிக்காமலிருப்பது.

*

ஏழுகடலும் ஒரு மலட்டுக்குறியும்

மின்மினிப்பூச்சிகள் மிகுந்த அடர்வானின்
பச்சைவெளிச்சத்தில்
கூடல் ஒன்று நிகழவிருந்தது
முன்னர் நிகழ்ந்தவை எல்லாம்
வெம்மையைக் கிளறிவிட்டுப் போகும்
பருவம் தப்பிய மழையின்
சாயலுடையதாகவே இருந்தன
பருவச்சாற்றில் அரும்பிய மலரென
அவனுடல் மேலெழும்பி நுரைக்கிறது
மகரந்தநெடி பரவியிருந்த
அவன் தேகம்
வெளுத்த பாளையாய் வசீகரிக்கிறது
சுழலும் காற்றாடியைப் போல் எனக்குள்
அவனைச் சுழற்றத் தொடங்கினேன்
இறக்கைகளை இழந்து
புள்ளியில் மறைய ஆரம்பித்தோம்
காற்றாடி
வெளியின் நிறத்தொடு கட்டுண்டிருந்தது
கூடலின் முதல்விதியை
அவனது உடல்குளத்தில் துவக்கினேன்
அவன் திகைத்து விலகி
ஏழுகடல் தாண்டி மரமொன்றின் உச்சியில்
மாட்டியிருந்த மலட்டுக்குறியை
எடுத்துவரக் கிளம்பினான்
பின்
எப்போதும் அவன் வரவில்லை.

*

தாய்மை

செதுக்கப்படாத
கல் ஒன்று
புரண்டு புரண்டு
படுக்கிறது
இன்னொரு கல்லைச்
செதுக்கிக்கொண்டே

*

சாத்தானின் நிறம்

அன்று
மழை பெய்துகொண்டிருந்தது
அறையிலிருந்து என்னைப்
பெயர்த்தெடுத்துக்கொண்டு
மழையில் நனைகின்றேன்
வன்புணர்வின் வலியைப் போல்
நீர்த்துளிகள் எனக்குள் இறங்குகின்றன
தெருவோரக் கூடலைக்
கடந்து வந்த காற்றாய்
அதிர்வடைகின்றது என்னுடல்
மெல்லிய கயிற்றின் மேல் நடக்கும்
ஒரு கழைக் கூத்தாடியைப் போல்
எனக்குள் தளும்பி வழியும் நீரை
சமன் செய்கின்றேன்
தோல் வழியே என் துர்குணங்கள்
ஆவியாகி மறைகின்றன
கனத்த என் முகமூடிகள்
வேரோடு கழன்று நொறுங்குகின்றன
நீரில்மிதக்கும் பனித்துண்டத்தை விழுங்கும்
ஒரு குழந்தையைப் போலாகின்றேன்
அவ்வுலகம்
அணைத்துக்கொள்கிறதென்னை
வானத்தின் மதகு கொஞ்சம்
கொஞ்சமாய் அடைபட ஆரம்பிக்கையில்
என்மீது பரவத் தொடங்குகிறது
சாத்தானின் நிறம்.

*

அடுத்த உலகத்தின் முதலுயிர்

அன்று
பூமியின் கடைசிநாள்
உச்சமற்ற விரகத்தின் வெப்பமும்
புதையுண்ட மனங்களின் வீச்சமும்
பனிமலைகளை உருக்குகின்றன
வால் வெட்டப்பட்ட மலைப்பாம்பென
நாற்றிசையிலும் பெருங்கடல் சீறுகிறது
ஆய்வுக்கூடங்களின் செத்த மூளைகள்
கரைந்தமிழும் கணத்தில்
ஈர்ப்புக்கப்பால் விலகி மறைகின்றன
வாழ்வின் செயற்கைக் கோள்கள்
மிச்சத்தின் நம்பிக்கை வெளிச்சத்தில்
கொப்பேர் மரங்கள்
ரம்பத்தாலறுத்துச் சாய்க்கப்படுகின்றன
பேழைகளைப் புனையும்போதே
ஒரு பூரண கிரகணத்தைப் போல்
நிலத்தை விழுங்குகிறது பிரளயம்
உயிரிரைச்சலுற சமையலறைக் கழிவுகளில்
மூழ்கிப் போகிறார்கள் பெண்கள்
மிஞ்சியவர்கள் பேழைகளுக்குள் அடைந்து
தம்மைப் பூட்டிக்கொள்கிறார்கள்
முன்னரே கடைசியறையிலிருந்து விலகி
தன் வெளியில் ஸ்திரமான அவள்
நீராலான பூமியை விழுங்குகின்றாள்
அவளிடும் முட்டையிலிருந்து தொடங்கலாம்
அடுத்த உலகத்தின் முதலுயிர்.

*

கரித்துண்டுகள்

வழக்கொழிந்த காட்சியகத்தின்
புழுத்தநெடி வீசும் தாழிஒன்று
அகழ்ந்தெடுக்கப்படுகிறது
கனவுகளைச் சேமித்து வைக்கும்
மனதின் கலயத்தைப் போலிருக்கும்
அதன் உட்சுவரில் கரிய
சித்திரங்கள் தீட்டப்பட்டிருக்கின்றன
மாறிய பருவத்தின் போதெல்லாம்
பூக்களைச் சிருஷ்டித்துத் தந்த
விருட்சங்களும்
கள்ளிப் பாலாய்த் திரண்டிருக்கும்
காட்டுப் பழங்களும்
சர்ப்பத்தின் நீண்டிருக்கும் நாவெனச்
சாட்டையைச் சொடுக்கும் ஆண்களுமாய்
வரையப்பட்டவை பிரமிப்பூட்டும் வேளையில்
உள்ளிருக்கும் உதிர்ந்த எலும்புகளுக்குள்
மின்னுகின்றன சில கரித்துண்டுகள்.

*

பாலாறு

மகிழ்ச்சியின் நறுமணம் மிக்க
என் சின்னஞ்சிறு பிராயத்தில்
நீர்நத்தைகளையும் மட்டிகளையும்
சேகரித்து விளையாடிக் களித்த
உன் தெள்ளிய நீர்ப்பரப்பு
வெப்ப அலைகளைப் போர்த்தியபடி
உறங்கிக்கொண்டிருக்கிறது
நிலவின் ஒளியை
விரித்தாற் போன்றிருந்த உன்னுடல்
துன்பத்தால் உழலும் பெண்ணின்
பருவமேடுகளைப் போல
தோண்டப்பட்டிருக்கிறது
என் முத்தத்தால் நனைந்த
உன் கரையின் கைகளில்
தோல் தொழிற்சாலைகள் மிளிர்கின்றன
உன்னிருபுறமும் செம்பட்டை மயிர்களோடு
பயிர்கள் தேம்பி அழ
வெண்மையாய் நுரைத்துப் பொங்கி
உனக்குள்ளே நீராடி மகிழ்ந்த நீ
கழிவின் கருந்திரவத்தைப் பருகியபடி
நகர்ந்து செல்கின்றாய்
பாலத்தின் மீதேறி உன்னைக் கடக்கும்
என் பருத்த கருப்பையில்
உருள்கிறது ஒருதுளி விஷம்.

*

பட்டையுரிந்த காதல்

பருவம் கழிந்தொரு விருட்சமாய்
பூத்துக்கொண்டிருக்கிறேன்
அருகம்புற்கள் கிளைத்திருக்கும்
வரப்பின் விளிம்புகளில் நின்று
இருகை நீட்டி அழைக்கிறாய்
மரமாகவே நிற்கிறேன்
காதலின் இனிப்புத் திரவம்
உன்னிலிருந்து உருகி வழிந்து
என்னை நனைக்கிறது
அள்ளிப் பருக முடியாமல்
கைகள் புதைந்திருக்கின்றன
சிறு தலையசைப்பின் மூலம்
சில பூக்களை உதிர்த்து
உன் நாட்பட்ட காதலை
ஏற்கலா மெனினும்
காற்றும் பித்துப் பிடித்தாற்போல்
இடம் பெயர்ந்துவிட்டிருக்கிறது
யாது செய்வேன்
என் அன்பை யாசித்து யாசித்துக்
கடும்பாலையைக் கடந்து போகிறாய்
திரும்பி வரும்போது புரிந்துகொள்
உன் பெரும்அன்பால் தீய்ந்துபோய்
பட்டையுரிந்து மொட்டைமரமாய் நிற்கும்
என் காதலையும்.

*

பெரும்பான்மையான இரவுகள் விடிவதில்லை

உங்களில் சிலர்
என்னுடன்
இராத் தங்கியிருக்கலாம்
ஸ்தூலமான அவ்விரவு ஒரு
மெழுகுவர்த்தியின் உருகுதலைப் போல்
மிக எளிமையானதாகவும்
மண்சரிந்த ஒரு சுரங்கத்தைப் போல்
மிகத் துன்பமானதாகவும்
அங்குல அங்குலமாய் நகர்கிறது
யாருக்கான இரவென்ற சந்தேகம்
வழமையான சுவர்களில் பட்டுச்
சரிந்து மடிகிறது
இரவின் சுழலில் சிக்கித்
திசைகளைத் துறந்த ஒரு
உள்நீச்சல்காரி போலாகின்றேன்
காலம்
பருவத்தின் குப்பிகளில்
பகலிரவினை ஊற்றி அனுப்ப
கண்களில் சேகரமாகிறது
தழுவிக்கொள்ளாத நீரும் எண்ணெயுமாய்
ஆயினும்
சாத்தானால் ஆசிர்வதிக்கப்பட்ட
பெரும்பான்மையான இரவுகள் விடிவதில்லை.

*

உயிரூட்டுதல்

நெருப்பிலிருந்து தெறித்து விழுந்த
துண்டுப்பூட்டு ஒற்றைச் சாவியுடன்
குடியமர்த்துகிறார்கள் என்னை
கதவைத் தள்ளித் திறக்கிறேன்
செயற்கை நீரூற்றுகளும்
சிமிழ்களில் அடைக்கப்பட்ட ஒளியுமாய்
பாழடைந்திருக்கிறது மாளிகை
கம்பள விரிப்புகளில்
பதுமைகள் சிரிக்கிறார்கள்
பெயர்ப்பலகைகள் மின்னும்
மேட்டிமையான அறைகளில்
ஓவியங்கள் புணர்கின்றன
தரையின் பளிங்குக்கற்களை அகழ்ந்து
கொண்டு வந்த
பழவிதைகளைத் தூவுகின்றேன்
நெருக்கி வளர்ந்து சுவர்களைத் தகர்க்கின்றன
அதிமதுர நீரைக் கொண்டோடும்
காட்டாறு ஒன்றை
அதன்வழியே திருப்புகின்றேன்
வஞ்சனையற்ற பழங்களும் பிடவமும்
விளைந்து நிற்கின்றன
மார்பினை அழுத்தும் பொன்னணிகள்
ஒவ்வொன்றாய் அவிழ
என்னைப் பட்சியாய் மலர்த்துகிறது
உயிரூட்டப்பட்ட அவ்விடம்.

*

முற்றுப்பெறா நாவலின் ஒற்றைநாயகி

மழையில் நனைந்த ஆடைகளை
முறுக்கிப் பிழிந்தவாறு
எனதறைக்குள் பிரவேசிக்கும் அவள்
காலத்தின் உபரிகளைப் பரிமாற
உபகதை ஒன்றைத் தொடங்குகின்றேன்
பள்ளத்தாக்குகளின் தெளிந்த குட்டைகளில்
கரையேறும் மலடாயிராத விலங்குகளோடு
அவள் பயணிக்கிறாள்
வரலாற்றின் கரம்புகளில்
மறுதோன்றிச் செடிகளை நட்டுச் செல்லும்
பழங்குடிப் பெண்ணின்
மார்புக் கச்சையைச் சரிசெய்கின்றாள்
பதிவிரதைகளின் கூடைகளை நெய்யும்
மூங்கில்காடுகள் பற்றி எரிகின்றன
அவளின் பாடலைக் கேட்டு
சுமத்தற்குரிய கால்சிலம்புகளை
உடைத்தெரிக்கும் உலைக் கூடங்களால்
தகிக்கின்றன நாவலின் பக்கங்கள்
விடுதலையின் அடிக்குறிப்புகள்
சுருள்கம்பியாய்ச் சதையைக் கிழிக்க
உக்கிர காண்டத்தைப் போலொரு
கடைசி அத்தியாயத்தைத் தேடிவர
சொல்லிக்கொள்ளாமல் வெளியேறுகிறாள்
ஒருவேளை உங்களோடு
வசித்துக்கொண்டிருக்கலாம்
முற்றுப்பெறா நாவலின் ஒற்றைநாயகி.

*

என் கடவுள்

என் வயதொத்த அவளுக்கு
சொற்ப மொழிகளே தெரியும்
நினைத்த மாத்திரத்தில்
கால தேசங்களைக் கடப்பவளில்லை
இயற்கையின் வேர்முளைத்த
அவள் உடலில்
சதுப்பு நிலத்தின் பசுமை மின்னும்
ஒப்பனைகள் புனைவுகள்
எவையுமின்றி
அதிகாலைப் பனிப்பொழிவாய்
என்மீது படுத்துக் கிடப்பாள்
அருள்பாலிக்கும் அருமந்திரங்கள்
ஏதுமற்ற அவள் கைகளில்
எழுதுகோல் பூத்திருக்கும்
மூன்றாம் ஜாமத்தினிறுதியில்
கம்பீரத்துடன் உள் நுழையும்
அவள் தேகத்திலிருந்து
புணர்வின் வாசனை வடியும்
நாற்புறமும் கண்ணாடிகள் பதித்த
எனதறைக்குள் அவள்
உறங்கும்போது பார்க்கிறேன்
ஆடைகளைந்து என் சொரூபமாகிறாள்.

*

போரின் குறுவாள்

மீன்கள் புரளும் கழிமுகத்தைப்போல்
குறுவாள்கள் நிறைந்திருக்கின்றன
என் பாசறையில்
இரத்தம் பார்க்கக் காத்திருக்கும்
பசித்த புலியின் பற்களென
ஒன்றையொன்றைக் குத்தி
வெளியேற்றிக்கொள்கின்றன
கற்களும் உலோகங்களும்
உரசிக்கொள்ளும் அச்சத்தம்
ருசிகொண்ட போரொலியை ஒத்திருக்கிறது
தசைப்பிசிறு உலர்ந்த வாள்களின்
கண்ணீர்க் கதைகள்
ஏதேன் நதிநீரால் கழுவப்படுகின்றன
என்னுடலைக் கீறிக்கீறி
ஒவ்வொன்றாய்ச் சோதனையிடுகிறேன்
அவற்றின் கூர்மை
பிஞ்சுப் பெண்ணொருத்தியின்
முளைத்த மார்புபோல
திருப்தியூட்டுகிறது
தூரத்தில் தீவட்டி ஏந்திய
மனிதர்கள் வந்துகொண்டிருக்கிறார்கள்
போருக்குத் தயாராகிறேன்
குறுவாள் ஒன்றை
யோனிக்குள் மறைத்துக்கொண்டு.

*

அப்பாவின் கல்லறை

இளவேனில் கால இராட்டினத்தில்
பயணித்து
அவரின் கல்லறையை அடைகின்றேன்
வாடாமல்லிகள் புன்னகைக்கின்றன
உள்வாங்கிய மண்ணை
விலக்கிக்கொண்டு மேலேறி அமர்கிறார்
சொல்லாமல் விட்ட மனவருத்தங்களை
நினைவின் இலையில்
பரிமாறுகின்றேன்
மரவாசனை வீசும் வனவாசியைப் போல்
கவிதைப் பழங்களை
விற்றுத் திரிந்த என்
கன்னத்தில் அறைந்ததற்காய்
அன்பின் களிம்பைப் பூசுகிறார்
நீர்க் கொடிகளிலிருந்து விடுபட்ட
வெற்றுடலைப் போல்
குற்ற உணர்வில் மிதக்கும் அவருக்கு
என் பாடலின் வரிகளை
இசைத்துக் காட்டுகிறேன்
அவர் கண்களில் நீர் துளிர்க்கிறது
இருள் விலகாத அதிகாலையில் பார்க்கலாம்
கவிதையை நான் பாடுவதையும்
கண்மூடி அவர் இரசிப்பதையும்
மனிதர்கள் எங்கள்மீதும் கல்லெறிவதையும்.

*

ஆகச் சிறந்த புணர்வு

காமப்பனி பொழியும் அவ்விடம்
கூடலின் அடிவாரத்தில் உறைந்திருக்கிறது
மாலையின் சாய்ந்த ஒளியும்
பிச்சியின் இளவாசனையும்
கூடாரமாய்க் கதகதப்பூட்டுகின்றன
பிசைந்த மாவைப் போல்
மென்மையுற்ற உடலின் மேடையில்
சாகஸங்களைத் தொடங்குகிறாய்
வேர்பிடுங்கப்பட்ட நீர்த்தாவரத்தைப்போல்
எழும்பி மிதக்கிறேன்
உன்னை விரகத்தின் வளையமாக்கி
கால்வழியே நுழைத்தெடுக்கிறாய்
பின் முத்தத்தின் வாள்கொண்டு
என் தேகத்தைச் சிதைக்கப்
பீறிடுகின்ற பருவத்தேனை
வாயின் குழலால் உறிஞ்சுகிறாய்
இன்பத்தின் பாரம் தாளாது
அசைந்தாடுகிறது உடல்கிளை
கடைசியிலுன்னை நீலநிறச் சுடராக்கி
திரட்சியாக விழுங்குகின்றேன்
ஆகச்சிறந்த புணர்வின் திரை
கீழிருந்து மேலெழும்புகிறது.

*

பாலிதீன் உறைகளில் விற்கப்படும் ஸ்தல விருட்சம்

தூர்ந்து போன உடலின்
மேடுகளையும் நிரம்பிய வலிகளையும்
அவள் கொத்திச் சமன்படுத்துகிறாள்
உயிர்மை ததும்பும் பிரதேசத்திலிருந்து
இறக்குமதி செய்யப்பட்ட
பருவத்தின் விதைகளை
நடுகற்களென நட்டுச் செல்கிறாள்
பறவைகள் கொத்தித் தின்னாதபடி
காமத்தின் கவண்கல் கொண்டு
மெதுவாக விரட்டுகிறாள்
உவகையின் நீர்பாய்ச்சி
அவற்றைக் காத்துவரும் வேளையில்
அவளுள் வேர்விடுகின்றன
எண்ணற்ற முளைகள்
கூடும்நேரத்தின் நரம்புகளைப் போல்
கிளைத்திருக்கும் மரங்களில்
பறவைகள் இளைப்பாறுகின்றன
பழங்கள் தம்முள்
சிருஷ்டிப்பு உலகத்தைத் தீட்டுகின்றன
ஆகச் சிறந்த அவ்விடத்தில்
அனுமதி மறுக்கப்பட்ட ஒரு
பார்வையாள யுவதியைப் போல்
தொலைவிலிருந்து பார்க்கின்றாள்
பாலிதீன் உறைகளில் விற்கப்படும்
தனதுடலின் ஸ்தல விருட்சத்தை.

*

பதினான்கு அம்புகள்

பச்சைக் கள்ளியின் பழநிறத்தில்
கனன்று எரிகிறது தீ
அடர்வனத்தின் மர்மப் புன்னகை
பெருங்காற்றாய்ச் சூழ்ந்து நிற்க
மிகுந்த குலவைச் சத்தங்களும்
துந்துபிகளின் பேரொலியும்
நீராவியைப் போலப் பரவி மிதக்கின்றன
கடல் சூழ்ந்த நிலத்திலிருந்து
மீட்டுக் கொணர்ந்த என்னை
நெருப்பின் விளிம்பில் நிறுத்துகிறார்கள்
பூக்களால் அலங்கரிக்கப்பட்ட சிவிகையும்
மென்மையாக்கப்பட்ட பாதக் குறடுகளும்
எனக்காகக் காத்திருக்கின்றன
தீயிலிறங்கிக் கரையேறச் சொல்லும்
வில்லேந்திய அவனிடம்
என்னைச் சிறையிட்டவனோடு
செம்மரக் கட்டிலில் சயனித்ததை
இதழ்பிரித்து விளம்புகின்றேன்
காப்புடைத்த என் யோனியிலிருந்து
வெளியேறுகின்றன பதினான்கு அம்புகளும்
பெருந்தீயை அணைக்கப் போதுமான
ஒரு குவளை இரத்தமும்.

*

ஒற்றைச் சாட்சி

கிரணங்கள் கரைந்து வழியும்
பின்மாலை வேளையில்
என் அத்தனை பலவீனங்களையும்
சுருட்டி ஒளித்தபடி
அவ்விடத்தை அடைகிறேன்
பகலின் ஒளி துடைக்கப்பட்டு
மின்னும் அவ்விடத்தின் பேரமைதி
மிருகத்தின் ரோமத்தால் பின்னப்பட்ட
ஒரு போர்வையாகி என்னைப் போர்த்துகிறது
எத்தனை பாதச் சுவடுகள்
எத்தனை கிசுகிசுப்பான வார்த்தைகள்
பாதரசத் திவலைகள் போல்
காலடியில் உருண்டு ஓடுகின்றன
சொல்லாமல் விடப்பட்ட காதலை
மரக்கன்று ஒன்றை நடுவதன்மூலம்
சொல்லிவிட முடியாதுதான் என்றாலும்
இதுநாள் வரை நீரூற்றிக் காத்துவந்த
வாகைமரம் பூத்து உதிர்க்கும்
வெளிறிய பூக்களின் நெடி
உன்னை நோக்கி நீள
ஏதாவது விருட்சத்தின் அடியில்
நீயும் நின்றுகொண்டிருக்கலாம்
நிராகரிப்பின் ஒற்றைச் சாட்சியாய்.

*

ஒளியின் வேகத்தில் பயணிக்கும் இரவு

நடுங்கியது போலில்லை
புழுதி படிந்த அழுக்குச் சிறுமியை
அணைத்துக்கொள்ளும் ஆதூரத்தோடு
என்னைச் சேகரித்துக் கொள்ளுமதன்
முரட்டு முதுகினில் பயணிக்கின்றேன்
நொடிப்பொழுதில் எவரும் பார்த்திராத
இன்னொரு உலகத்தின் மூடியைத்
திறந்து காட்டுகிறது
பூமியின் மேற்கு மரத்தில்
தூக்கிட்டுக்கொண்ட சூரியன்
கருந்தாடியுடன் உலவுகிறான்
அகராதிக் கொடிகளில் புதியசொற்கள்
காய்த்துத் தொங்குகின்றன
புணராமல் கலவியின்பத்தை முகரவும்
மதுக்கோப்பையை இருவிரல்களால் பற்றி
மென்மையாக உறிஞ்சவும்
அங்குதான் கற்றுக்கொள்கிறேன்
சிறகடிக்கும் கவிதைப் பறவைகள்
என்முலைகளைக் கொத்திச் சுவைக்கின்றன
மீண்டுமென்னை ஏற்றிக்கொண்ட இரவு
ஒளியின் வேகத்தில் பயணிக்கிறது
தூரத்தில் வீணாகிப் போன
ஒருதுளி விந்துவாய்ச் சுழல்கிறது பூமி.

*

வறுமையின் நிறம்

தாழ வளைந்த மரத்தின்
கிளையினில் தொங்கும் தூளிக்குள்
கண்மூடி விழித்திருக்கிறது
தொப்புள்கொடி உலராத சிசு
உடல் இரண்டாய் மடிய
கணுக்கால் புதைந்த சேற்றில்
நடுவிரலால் ஊன்றி நடுகிறாள்
பசுமை ததும்பும் பயிர்களை
கண்களிலிருந்து வழியும் நீர்
நெற்றியின் மேடேறி
தலைமயிர்களை நனைக்கிறது
நைந்த ரவிக்கையின் கிழிசலை
மறைக்கத் தோற்குமவளின் தேகம்
பச்சை ரணமாய்த் துவள
பின்னோக்கியே நடக்கின்றன கால்கள்
புளித்த கஞ்சியும் தீர்ந்துவிட
இராஉணவுக்காய் யோசனையில் ஆழ்கிறாள்
குழந்தையின் அழுகுரல் அவளைக் கலைக்க
முலைகளிலிருந்து வழியும் பாலும்
தளர்ந்த யோனியிலிருந்து ஒழுகும் உதிரமும்
கால்வழியே தரை இறங்குகின்றன
நடவுசெய்த நிலம் சிவப்படைகிறது.

*

தனிமை

விரகத்தின் இழைகளால் நெய்யப்பட்ட
இரவாடையை நான் அணிந்திருக்கிறேன்
விபத்தொன்றில் கணவனை இழந்த
அபலையின் இசைப்பாடல்
முதல்புணர்வின் வலியருந்தி மிதந்து வருகிறது
வாயில் பாலொழுகும் குட்டிகள் தொடர
பருத்த முலைகளை வீசியபடி
தெருக்களில் அலைகிறது முதிர்நாயொன்று
கனியின் தோல்பிரித்து
விதைகளைப் புணர்ந்த கதையை
வெட்கமில்லாமல்
என்னிடம் பகிர்ந்துகொள்கிறது காற்று
வண்ணமற்ற ஒளியின் கட்டுறாத கைகள்
என் அடியாழங்களில் பயணிக்க
கோபத்தின் முலாம் பூசிய சொற்பறவைகள்
எங்கிருந்தோ பறந்து வருகின்றன
நான் எழுத ஆரம்பிக்கிறேன்
அந்தரத்தில் தொங்கியவாறு
என்னைப் பரிகசிக்கிறது
சீம்பாலின் அடர்த்தியாய்த் திரண்ட மை
தூக்கம் தன் கண்களைத்
தழுவிக்கொள்ளும் அகாலத்தில்
இறுக மூடியிருந்த என்உள்ளங்கை பிரித்து
புன்னகைத்தபடி வெளியேறுகிறது தனிமை.

*

நானற்ற கூண்டு

சினையுறாத பறவையாகிப் பறக்கின்றேன்
இடவலமெங்கும் தேகத்தின் பெருவெளி
துயரத்தின் கயிறு பிணைக்காத
கால்கள் காற்றை வலிக்கின்றன
இமையற்ற விழியசைவுகளில்
புவியின் வளைக்கோணம் சூழ
நெடிய இறக்கைகளின் நிழல்கள்
வாழ்வின் புகைநிலங்களைப் போர்த்துகின்றன
மயிரின் கதகதப்புக்குள் ஒளிந்திருக்கும்
வெளிர்தசையின் இரத்தம்
புயல்கண்ணாய்ச் சுழல்கிறது
விரலிடைகளில் வனச்சஞ்சாரமும்
மனிதர்கள் கடந்து திரியும் பரப்பும்
சட்டமிட்ட சித்திரமாய் நகர்கின்றன
என் கூரிய அலகால்
உடலைக் கோதுகின்றேன்
இறகுகள் உதிர்ந்து
நீர்நிலைகளில் சொட்டுகிறது இரத்தம்
உன்னிருப்பிடத்தின் உத்திரங்கள்
கரைந்தமிழ
கூடலசைவில் புரண்டு படுக்கும்
உன் முதுகினில் உறுத்துகிறது
நானற்ற கூண்டின் பெருஞ்சாவி.

*

கட்டிலின் கீழ் சில ஆப்பிள்கள்

நீல நிற விளக்குகளால்
அலங்கரிக்கப்பட்டிருக்கிறது அவ்வறை
காட்டுப் பூக்களின் வாசனை
இளகிய காற்றில் எழும்ப
களித்திருக்கும் விலங்குகளின்
குழைவான மென்குரல்கள்
பின்னணியில் தாபமூட்டுகின்றன
அறையின் சுவர்களில்
குகை ஓவியங்கள் மின்ன
இருளும் ஒளியும் கூடும் நொடியில்
அவள் அவனைத் தீண்டுகின்றாள்
வியர்வையில் குளித்த ரோமக்கால்கள்
பாய்மரத்தைப் போல் படபடக்கின்றன
காமத்தின் அலைகள் திமிறி மடியும்
அவனது நீலக் கடலில்
வெகுதூரம் பயணிக்கின்றாள்
ஆர்ப்பரிப்பற்ற ஆழத்தில் மூழ்கி
முத்தத்தின் சிப்பிகளை
உடலின் துவாரங்களில் சேமிக்கிறாள்
இன்பத்தின் ஊற்று பீறிட
விடுபட்ட தக்கையாகி
வேற்றுலகம் மிதந்து போகிறாள்
அவனோடு கலைந்து கிடக்கின்றன
கட்டிலின் கீழ் சில ஆப்பிள்கள்.

*

இரண்டாம் முறை உயிர்த்தெழுதல்

வண்ணத்தில் விழுந்தெழுந்த பறவை
கிளைத்த மரத்தில் வந்தமர்கிறது
மலர்கள் சிறகடிக்கின்றன
சுவாசிக்கத் திணறிய வேர்கள்
மேல்நோக்கி எழும்புகின்றன
குளிர்ந்த நிழல்விரிப்பில் அமர்ந்து
உன்னை எதிர்நோக்குகின்றேன்
எங்கேயும் உன்வாசனை வீசவில்லை
எழுந்து நடக்கிறேன்
உலவுகிறேன்
பெரும் அவஸ்தையாய் இருக்கிறது
கால்களுக்கிடையில் சிக்கிய கன்னிமை
பற்றியிழுத்து
எரிந்து போகக் கடவதெனச்
சூரியனை நோக்கி வீசுகிறேன்
என் திசையறிந்து
வந்துகொண்டிருக்கும் நீயும்
உன்பங்குக்குக் காததூரம் வீசுகிறாய்
ஒருபிடி சாம்பல்மழை பொழிய
பாம்பின் தீண்டலைப் போல்
உன்னை அன்பு செய்கிறேன்
ஒப்புக் கொடுத்த நீ
இரண்டாம் முறை உயிர்த்தெழுகிறாய்.

*

தாழிடப்படாத நாட்குறிப்பு

பிடுங்கி எறிய முடியாத
முலைகளின் நிலாக்களைப் போல்
கூடவே பயணிக்கிறது நாட்குறிப்பு
சுத்திகரிக்கப்படாத
உதிரத்தின் மைதோய்ந்த அது
என்னுடைய சாயலாய் உருகுகிறது
அதிலிருந்து துரோகத்தின் பறவைகள்
விலகி ஓடுகின்றன
துர்குணத்தின் காட்டு யானைகள்
பழுப்பேறிய பக்கங்களில்
தம்மை வரைந்துகொள்கின்றன
எழுத்துகளைத் தரிசிக்கையில்
தாழைக்காட்டில் பிணைந்தடங்கிய
நாகங்களின் சட்டையுரிக்கும் வாசனை
கனிந்த இதயத்தின் பிஞ்சுப் பயிர்களை
பட்டயத்தால் நொறுக்கிப் போட்ட
என்தந்தையின் கோட்டோவியமும்
தீட்டப்பட்டிருக்கிறது
எங்கேயோ நிகழ்ந்தயென் முதல் புணர்வின்
ஒற்றைக் குருதித் துளி
காமத்தின் எச்சமாய்க் கடைசிப் பக்கத்தில்
எப்போதும் எவரும் பார்வையிட
தாழிடப்படாமல் இருக்கிறது
வனப்பு மிக்க ஒரு
விலைமகளின் யோனியைப் போல்.

✳

வேட்டைக்காரி

வெயிலின் வறண்ட ஓடைகளைக்
கடந்து வனத்தை அடைகிறாள்
அபரிமிதமான இருட்டையும்
அமைதிக்கு மெருகூட்டும் ஒலியையும்
கண நேரத்திற்குப் பின்
பழகிக்கொள்கிறாள்
சொற்களின் திரையில் கண்டதைவிட
பிரமிப்பூட்டுகிறது வனத்தின் துல்லியம்
வளர்ந்த மிருகங்களின் பாய்ச்சல்
எந்நேரமும் நிகழக் கூடும்
போராட்டத்தின் வில்லில்
அம்புகளைப் பூட்டித் தயாராகிறாள்
அந்நிய வாசனைக்கு
விலங்குகள் நெருங்கி நிற்கின்றன
அவற்றின்
குரூரம் பூக்காத கண்களுக்கு முன்
தன்னைத் தளர்த்துகிறாள்
மூன்றறை கொண்ட இதயங்களையும்
கொஞ்சம் விதைகளையும்
அவளிடம் தருகின்றன
வேட்டையாடாமல் கிடைத்தவற்றை
வல்லூறுகளுக்கும் வனாந்தரத்திற்கும்
வீசிவிட்டுத் திரும்பி நடக்கிறாள்
குறுக்கே ஓடுகிறது ஜீவநதி.

*

சுரங்கத்தின் பொறி

நூற்றாண்டுகளைக் கடந்த
புராதன ஒற்றை அறை
கந்தக நெடியின் இறுக்கம் தாளாது
கண்ணீர் பெருக்குகிறது
விந்துத் திவலைகள் மிதக்கும்
அதன் உள்ளாழங்களில் மலடுகளின்
பற்கடிப்புகள் நிறைந்திருக்கின்றன
பனிக்குடத்தின் கழிவுத் துகள்கள்
தெறித்துக் கிடக்கும் சுவரோரம்
புளித்த பொன்னிறத் திரவங்கள்
குப்பிகளில் பரிமாறப்படுகின்றன
அறையை இறுக மூடிய
முரட்டுத் துணியிலிருந்து கசியும்
நீர்த்தாரைகளை ருசிபார்க்கும்
சிறுத்த விருட்சங்கள் புரண்டுபடுக்கின்றன
முக்காடுகளிட்ட இள நங்கைகள்
விஷமற்ற விலங்கின் பச்சைத் தசையை
செந்தணலில் வாட்டுகிறார்கள்
மங்கலான வெளிச்சத்தில் பிசிரின்றி
நடந்து செல்லும் அவர்களின்
கால்களுக்குச் சற்றுக் கீழே
நெருப்பெனும் கற்பில் புதைந்திருக்கிறது
வெளியேறும் சுரங்கத்தின் பொறி.

*

இன்றைய பகல்பொழுது என்னுடையது

உயர்ந்த நெற்குதிர் போலிருக்கும்
இரவின் ஆளுகையிலிருந்து
காற்றின் கயிறேறித் தப்பிக்கிறேன்
வெளிச்சத்தின் நதியில் மூழ்கி எழ
படீரென்று திறந்துகொள்கின்றன
என் உடலின் கண்கள்
எவ்வளவு சுகங்களை இழந்திருக்கிறேன்
செம்பழுப்பான முத்தச் சுவட்டைக்
கன்னத்தில் இடுகிறது சூரியன்
கண்ணிமைக்கும் நேரத்தில்
பறவையாகிப் பறக்கின்றேன்
உரசிப்புணர நெருங்கி வருகிறது
ஒரு நிஜப் பறவை
கீழிறங்கி வனங்களில் திரிகின்றேன்
விலங்குகளோடு ஓடுகின்றேன்
இலையுதிர்ந்து நிற்கும் மரங்களில்
முத்தங்களைக் கட்டித்
தொங்கவிடுகிறேன்
நெடுநாள் தவித்த மழையின் கொடிகளை
என்மீது படரவிடுகின்றேன்
முலையழுந்த என் நண்பனைத் தழுவுகையில்
பகலின் குளிகை தீர்ந்து போகிறது
வருகின்ற இரா எப்படியோ
இன்றைய பகல்பொழுது என்னுடையது.

*